Học sinh nhỏ tuổi

TẤT CẢ VỀ

CHÓ

Charlotte Thorne

Học sinh nhỏ tuổi

TẤT CẢ VỀ CHÓ

Charlotte Thorne

Chó thường được gọi là người bạn tốt nhất của con người. Chúng là những động vật tuyệt vời đã sống với con người trong một thời gian rất dài.

Việc thuần hóa chó bắt nguồn từ loài sói xám. Thuần hóa có nghĩa là con người thuần hóa một loài động vật để sống cùng chúng ta.

Vì chăn nuôi chọn lọc nên con người đã tạo ra đủ loại công việc khác nhau cho chó!

Ở Ai Cập cổ đại, thần Anubis có đầu của một con chó rừng, một loài động vật có họ hàng với chó.

Một bức tranh hang động nổi tiếng ở châu Âu mô tả con người cổ đại đi săn bằng những con chó cổ đại.

Trong chiến tranh, chó đóng vai trò là động vật chiến tranh và giúp đỡ binh lính trong những công việc nguy hiểm.

Chó thuộc họ Canidae. Họ Canidae còn bao gồm chó sói, cáo và các loài chó hoang khác.

Chó có thể ngửi được rất nhiều thứ vì chúng có 300 triệu cơ quan thụ cảm.

Khả năng nghe của họ thật đáng kinh ngạc. Họ có thể nghe được âm thanh tần số cao mà chúng ta không thể.

Có rất nhiều chú chó nổi tiếng trên toàn cầu.

Lassie the Rough Collie là một biểu tượng trong sách, phim ảnh và truyền hình. Cô được biết đến với nhiệm vụ giải cứu của mình.

Balto the Husky dẫn đầu một đội chó kéo xe xuyên Alaska vào năm 1925. Họ đã cung cấp một loại thuốc quan trọng cho con người bị bệnh.

Rin Tin Tin the German Shepard là một trong những diễn viên về chó nổi tiếng nhất và được coi là ngôi sao điện ảnh về chó đầu tiên trên thế giới.

Chúng ta hãy xem xét các giống chó khác nhau.

Labrador Retrievers là những chú chó thân thiện. Họ có tình yêu với nước.

Chó chăn cừu Đức rất thông minh và mạnh mẽ. Chúng là những con chó lao động và có đặc điểm bảo vệ.

Golden Retrievers là giống chó vui tươi và phổ biến. Họ xinh đẹp và đầy cá tính.

Bulldogs có thân hình nhăn nheo và chắc nịch. Chúng là những chú chó con tình cảm.

Beagles là loài chó tò mò và được sử dụng trong săn bắn. Họ có đôi tai mềm.

Poodles là một trong những giống chó thông minh nhất và được mệnh danh là giống chó ưa thích.

Rottweilers là những con chó mạnh mẽ. Chúng là những đứa trẻ đáng yêu.

Yorkshire Terrier là những bó năng lượng nhỏ. Họ có áo khoác dài và thích đi du lịch với túi xách.

Võ sĩ là những chú chó con vui tươi. Họ có đầu vuông và thích hoạt động.

Dachshunds là những con chó "hot dog" dài, khiến chúng trở nên độc đáo. Họ có một tinh thần lớn cho một cơ thể nhỏ bé!

Siberian Huskies kéo xe trượt tuyết và là loài chó rất thân thiện, kêu ca. Họ cũng có đôi mắt xanh sáng.

Doberman Pinscher là giống chó khỏe mạnh và có kiểu dáng đẹp. Họ là những người bảo vệ bảo vệ.

Shih Tzus là những con chó nhỏ. Chúng là những vật nuôi rất thân thiện.

Great Danes là những con chó rất cao. Họ có thể rất ngọt ngào.

Border Collies rất nhanh nhẹn và thông minh. Họ có rất nhiều năng lượng.

Chó chăn cừu Shetland là giống chó có thính giác. Chúng được biết đến với bờm lông dày.

Chihuahua nhỏ bé nhưng có trái tim lớn. Họ thật ngọt ngào khi được tôn trọng.

Pembroke Welsh Corgis tuy nhỏ nhưng có đôi tai to. Đáng ngạc nhiên là họ đang nghe thấy tiếng chó.

Saint Bernards được biết đến với công việc cứu hộ của họ. Họ là những người khổng lồ hiền lành.

Chó chăn cừu Úc là vật nuôi thông minh và nhanh nhẹn. Họ làm công việc chăn gia súc.

Pugs là những chú chó nhỏ, nhăn nheo. Chúng có bản tính rất vui tươi nhưng bướng bỉnh.

Alaskan Malamutes là giống chó kéo xe và có thể sống sót ở vùng khí hậu lạnh.

Chó sục Úc có kích thước nhỏ với bộ lông xù xì. Họ làm vật nuôi tuyệt vời.

Basenjis có tiếng kêu giống như yodel. Chúng là những con chó siêu thông minh và độc lập.

Bichon Frisés trông giống như những đám mây. Họ có tính cách vui vẻ.

Chó săn máu có đôi tai cụp xuống và khứu giác tuyệt vời. Chúng cũng được sử dụng trong việc giải cứu.

Boston Terriers có áo khoác tuxedo. Chúng là những chú chó con thân thiện.

Cavalier King Charles Spaniels có tính cách tốt nhất cũng như bộ lông đẹp.

Cocker Spaniel có đôi tai dài mượt và có vẻ ngoài đẳng cấp.

Chó ngao Anh là những con chó khổng lồ! Họ bình tĩnh và dễ thương.

Akita là thú cưng quý tộc. Chúng được biết đến với bộ lông dày.

Maltese là những chú chó trắng nhỏ nhắn, xinh xắn và chúng thích được chú ý.

Chó núi Miến Điện rất to lớn nhưng rất hiền lành.

Pomeranians là những con chó nhỏ lông xù. Họ có cá tính táo bạo.

Chó xoáy lưng Rhodesian có một "chỏm" lông trên lưng. Chúng được sử dụng để săn bắn.

Người định cư Ailen là những con chó thanh lịch, sôi nổi. Họ là những người đẹp hướng ngoại.

Tai của Papillon trông giống như những con bướm. Họ là những người dễ thương thân thiện.

Whippets siêu nhanh, rất nhanh nhẹn và hiền lành với con người.

Shar-Peis rất nhăn nheo. Chúng là những con chó trung thành và bảo vệ.

Chó đốm là loài chó tràn đầy năng lượng và là biểu tượng chính thức của trạm cứu hỏa.

Chó giúp đỡ con người mỗi ngày.

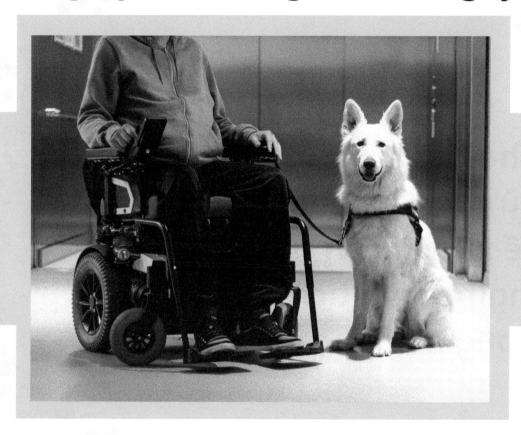

Nhiều con chó làm động vật phục vụ, giúp đỡ người khuyết tật.

**Chó tìm kiếm và
cứu hộ làm việc
để xác định vị trí
người mất tích
trong thảm họa.**

Chó sát cánh cùng cảnh sát. Những chú chó con không vượt qua khóa huấn luyện sẽ được nhận vào những gia đình yêu thương.

Chó trị liệu hỗ trợ tinh thần cho mọi người trong bệnh viện và nơi an toàn công cộng.

Chó là một phần quan trọng trong cuộc sống hàng ngày của chúng ta. Điều quan trọng là phải chăm sóc chó. Họ không chỉ là những người làm việc chăm chỉ mà còn là những thành viên quan trọng trong gia đình chúng ta!